நக்கீரர் அருளிய

திருமுருகாற்றுப்படை

(மூலமும் உரையும்)

உரை ஆசிரியர்

சுந்தர சண்முகனார்

Title: Tirumurukarruppatai

Author: Sundara Shanmuganar

Language: Tamil

First Published on: 1960

Year of Publication: 2025

Book Format: Paperback

*Page Size: 6inch * 9inch*

Category: Religious

Subject: Religious Essays

No. of pages: 44

ISBN: 978-81-998536-1-4

Published by: Nilan Publishers, Madurai, Tamilnadu, India

பொருளடக்கம்

குறிப்புகளுக்காக

உரைப் பாயிரம்

ஆற்றுப்படை:

ஒருவர் ஓரிடத்தில் தாம் பெற்ற பெருவளத்தைப் பெறாத பிறர்க்கும் அறிமுகப்படுத்தி அவ்விடம் சென்று அத்தகைய வளத்தைப் பெற்றுவருமாறு வழிப்படுத்தி யனுப்புதல் ஆற்றுப் படையாகும். (ஆற்றுப்படை = ஆற்றுப்படுத்துதல் = வழிப் படுத்துதல்) இப்பண்பு மக்கட் பண்புகளுள் உயரிய எல்லைக் கொடுமுடியாகும் முருகனின் அன்பர் ஒருவர் மற்றோர் அன்பரை முருகனிடம் ஆற்றுப் படுத்துவதாக அமைந்ததே திருமுருகாற்றுப்படை என்னும் நூல். இது 817 அடிகள் கொண்ட ஒரு முழுநீளப் பாட்டாகும்.

ஆசிரியர்:

சங்க காலப் பத்துப் பாட்டுள் முதல் பாட்டாக உள்ள திரு முருகாற்றுப்படையை இயற்றியவர் நக்கீரனார் என்னும் சங்கப் புலவராவார்.

பிற ஆற்றுப் படைகள்:

பத்துப் பாட்டைச் சேர்ந்த சிறுபாண் ஆற்றுப்படை, பெரும்பாண் ஆற்றுப்படை, பொருநர் ஆற்றுப்படை ஆகிய நூற்பெயர்கள், யார் யாரை ஆற்றுப் படுத்துகிறார்களோ— அவரவர் பெயர்களால் அமைந்துள்ளன. அஃதாவது,— பாணரையும் பொருநரையும் அரசரிடம் ஆற்றுப்படுத்தும் நூல்கள் அவர்கள் பெயர்களால் பாணாற்றுப்படை எனவும் பொருநர் ஆற்றுப்படை எனவும் வழங்கப் பெறுகின்றன. ஆனால் திருமுருகாற்றுப்படையின் பெயரமைப்பு அவற்றினும் வேறானது. யாரிடம் ஆற்றுப்படுத்துகிறார்களோ- அவர் பெயரால் அமைந்தது திருமுருகாற்றுப்படை. அஃதாவது,—முருகனிடம் அன்பனை

ஆற்றுப்படுத்துவதால் ‘முருகாற்றுப்படை’ எனப்பட்டது. எனவே, ஆற்றுப்படை நூல்களுள் தனியொரு சிறப்பிடம் பெற்றிருப்பது திருமுருகாற்றுப்படை என்பது புலனாகும்.

தொல்காப்பியத்தில்:

“கூத்தரும் பாணரும் பொருநரும் விறலியும்
ஆற்றிடைக் காட்சி உறழத் தோன்றிப்
பெற்ற பெருவளம் பெறாஅர்க்கு அறிவுறீஇச்
சென்று பயனெதிரச் சொன்ன பக்கமும்—”

என்று தொல்காப்பியத்தில் ஆற்றுப்படைக்கு ஓர் இலக்கணம் கூறப்பட்டுள்ளது. தொல்காப்பியத்தில் கடவுளின் அன்பர் கூறப்படவில்லையே எனச் சிலர் கழறுகின்றனர். ‘தொல்காப்பியம் ஓரளவிற்குத்தான் இலக்கணம் கூற முடியும்; உலகியல் அனைத்தையும் இலக்கண நூலில் அடக்கிக் கூறிவிட முடியாது.’—என்பது நினைவிருக்கவேண்டும். அதே நேரத்தில், பழைய இலக்கண நூலில் கூறியுள்ளபடியே தான் இலக்கியம் எழுத வேண்டும்—புதுமாதிரி கூடாது என்று எவரும் கூறக்கூடாது. பழைய இலக்கணம் புதிய இலக்கியத்தின் வளர்ச்சியை முற்றிலும் கட்டுப்படுத்தலாகாது. ஈண்டு, *“The golden rule is that there is no golden rule”* — என்னும் அறிவுமொழி ஒப்பு நோக்கற்பாலாது.

நூற் சிறப்பு

திருமுருகாற்றுப்படை முருகனது தலைமைப் பெருமையைக் கூறும் மிகச் சிறந்த நூலாகும். ஆசிரியர் நக்கீரனார் தம் காலத்துப் பழக்க வழக்கங்களை அடிப்படையாகக் கொண்டு நூலைச் சிறப்புற யாத்துள்ளார். எனவே, காலக் கண் கொண்டு இந்நூற் கருத்துக்களை ஆராய வேண்டும். நக்கீரனாரின் தலைமைப் புலமைக்கு இந்நூல் மிகச்சிறந்த சான்றாகும்.

இந்நூற்குப் பழைய உரைகள் உள்ளன. அடியேனது உரை தெளிவான பொழிப்புரையாகும். இதனையும் ஏற்றருள வேண்டுகிறேன்.

சுந்தர சண்முகன்

திருமுருகாற்றுப்படை

1. திருப்பரங்குன்றம்

இணைக்குறளாசிரியப்பா

உலக முவப்ப வலனேர்பு திரிதரு
பலர்புகழ் ஞாயிறு கடற்கண் டாஅங்
கோவற விமைக்குஞ் சேண்விளங் கவிரொளி
உறுநர்த் தாங்கிய மதனுடை நோன்றாட்
செறுநர்த் தேய்த்த செல்லுறழ் தடக்கை
மறுவில் கற்பின் வாணுதல் கணவன்

கார்கோண் முகந்த கமஞ்சூன் மாமழை
வாள்போழ் விசும்பின் வள்ளுறை சிதறித்
தலைப்பெய றலைஇய தண்ணறுங் கானத்
திருள்படப் பொதுளிய பராரை மராஅத்
துருள்பூந் தண்டார் புரளு மார்பினன்

முருகன் பெருமை

(1-6: ஒன்று முதல் ஆறாம் அடி வரை)

உலகத்தார் மகிழும்படி வலமாக எழுந்து உலகைச் சுற்றுவதுபோல் தோன்றுகிற—பலரும் புகழ்ந்து வணங்கும்

செஞ்ஞாயிற்றைக் (காலையில்) நீலக்கடலில் கண்டாற்போன்று (நீலமயிலின் மேல் தோன்றி) விடாமல் வீசுகிற நெடுந்தொலைவு எங்கும் சென்று பரவி விளங்குகிற செவ்விய ஒளிவிளக்கத்தையும் (பிரகாசத்தையும்), உற்ற அன்பரைத் தாங்கிக் காக்கும் அழகுடைய வலிய திருவடிகளையும், அழிக்க வேண்டியவர்களைத் தேய்த்து அழித்த இடி ஒத்த பெரிய வலிய கைகளையும் உடையவனும், குற்றம் அற்ற கற்பினையும் விளக்கமான நெற்றியினையும் உடைய தெய்வயானையின் கணவனும்,

முருகனது மார்பு மாலை

(7-11) கடலிலே நீரை மொண்டுகொண்டதனால் நிறைவுற்றுக் கருக்கொண்ட கரிய முகில் (மேகம்) மின்னல் ஒளி பிளந்து வீசுகின்ற விண்ணிலே வளமான நீர்த்துளிகளைச் சிந்தி ஆண்டின் முதல் மழையை மிகுதியாகப் பெய்த குளிர்ந்த நறுமணமுள்ள கானகத்தில் இருட்டாகும்படி அடர்ந்துள்ள பருத்த அடிமரத்தையுடைய செங்கடம்பின் உருளை போன்ற பூக்களால் தொடுத்த குளிர்ந்த மாலை புரளுகிற மார்பை உடையவனும்,

மால்வரை நிவந்த சேணுயர் வெற்பிற்
கிண்கிணி கவைஇய வொண்செஞ் சீறடிக்
கணைக்கால் வாங்கிய நுசுப்பிற் பணைத்தோட்

கோபத் தன்ன தோயாப் பூந்துகிற்
பல்காசு நிரைத்த சில்கா ழல்குற்
கைபுனைந் தியற்றாக் கவின்பெறு வனப்பி
னாவலொடு பெயரிய பொலம்புனை யவிரிழைச்
சேணிகந்து விளங்குஞ் செயிர்தீர் மேனித்

துணையோ ராய்ந்த விணையீ ரோதிச்
செங்கால் வெட்சிச் சீறித ழிடையிடுபு
பைந்தாட் குவளைத் தூவிதழ் கிள்ளித்
தெய்வ வுத்தியொடு வலம்புரி வயின்வைத்துத்
திலகந் தைஇய தேங்கமழ் திருநுதன்
மகரப் பகுவாய் தாழமண் ணுறுத்துத்
துவர முடித்த துகளறு முச்சிப்
பெருந்தண் சண்பகஞ் செரீஇக் கருந்தகட்
டுளைப்பூ மருதி னொள்ளிண ரட்டிக்
கிளைக்கவின் றெழுதரு கீழ்நீர்ச் செவ்வரும்

பிணைப்புறு பிணையல் வளைஇத் துணைத்தக
வண்காது நிறைந்த பிண்டி யொண்டளிர்
நுண்பூ ணுகந் திளைப்பத் திண்காழ்
நறுங்குற டுரிஞ்சிய பூங்கேழ்த் தேய்வை
தேங்கமழ் மருதினர் கடுப்பக் கோங்கின்
குவிமுகி ழிளமுலைக் கொட்டி விரிமலர்
வேங்கை நுண்டா தப்பிக் காண்வர
வெள்ளிற் குறுமுறி கிள்ளுபு தெறியாக்
கோழி யோங்கிய வென்றடு விறற்கொடி
வாழிய பெரிதென் றேத்திப் பலருடன்
சீர்திகழ் சிலம்பகஞ் சிலம்பப் பாடிச்
சூரர மகளி ராடுஞ் சோலை

தேவ மகளிரின் அணிகொள் மேனி

(12-19) பெரிய மூங்கில் ஓங்கிய நெடுந்தொலைவு உயர்ந்துள்ள மலையில், சதங்கை சுற்றிய பொலிவுள்ள சிவந்த சிறிய அடியுடன் (பாதத்துடன்) கூடிய திரண்ட கால்களையும்,

வளைந்த இடுப்பினையும், மூங்கில் போன்ற தோளினையும், இந்திர கோபப் பூச்சி போன்ற-சாயம் -தோய்க்காமலேயே இயற்கையாகவே சிவந்துள்ள பூவேலைப்பாடுடைய உடையினையும், பல மணிகளை நிரவிக் கோத்த மேகலையணிந்த அல்குலினையும், கையால் செயற்கையாய்ப் புனைந்து உண்டாக்காத - இயற்கை யழகு வாய்த்த பொலிவினையும், நாவல் *(சாம்பூந்தம்)* என்னும் பெயருடைய ஒருவகைப் பொன்னால் புனைந்துசெய்த — விளங்கும் அணிகலன்களையும், நெடுந்தொலைவும் தாண்டி விளங்குகிற *(பிரகாசிக்கிற)* குற்றம் அற்ற திருவுடலையும் *(உடையவராய்),*

தேவமகளிரின் செயல்களும் ஆட்டமும்

(20-41) தோழிமார் ஆய்ந்து முடித்த—இணையாக இரண்டாக வகிர்ந்த — நெய்யீரப் பசையுள்ள கூந்தலிலே சிவந்த காம்பையுடைய சிறிய வெட்சிப் பூக்களை இடையிடையே செருகியும், பசுமையான தண்டையுடைய குவளை மலரின் தூய இதழ்களைக் கிள்ளிப் பதித்தும், தெய்வ உத்தி என்னும் பெயருடைய தலைக்கோலத்தையும் வலம்புரிச்சங்கு வடிவாய்ச் செய்த தலைக்கோலத்தையும் உரிய இடத்திலே அணிந்து வைத்தும் பொட்டு வைத்த மணம் வீசுகின்ற அழகிய நெற்றியில் சுருவினது பிளந்த வாய் போலச் செய்த சுட்டியினைத் தொங்கச் செய்து அழகுறுத்தியும், முழுதும் முடித்த குற்றம் அற்ற கொண்டையிலே பெரிய குளிர்ந்த சண்பக மலரைச் செருகியும், கரிய புற இதழுடன் துய்யினையும் *(பூம்பஞ்சினையும்)* உடைய விளக்கமான மருதப் பூக்கொத்துக்களை *(அக்கொண்டையின் மேலே)* பதித்தும், கிளையினின்றும் அழகுறத் தோன்றி எழுந்த—நீரின் கீழுள்ள செவ்விய அரும்புகளே இணைத்துத்தொடுத்த மாலையினைக் கொண்டையைச் சுற்றி வளைய வைத்தும், துணையாக இரு பக்கலும் வளவிய காதுகளில் நிறையச் செருகிய ஒள்ளிய அசோகந்தளிர் *(கீழே தொங்கி)* நுண்வேலை

மிக்க அணிகலன் பூண்ட மார்பில் அசைந்து கொண்டிருக்கவும், திண்ணிய வயிரமுடைய நறுமணமுள்ள சந்தனத்தை அரைத்து உண்டாக்கிய பொலிவும் நிறமும் மிக்க குழம்பினை மணம் கமழும் மருதப் பூங்கொத்தினைப் பதித்தாற் போலக் கோங்கின் குவிந்த மொக்குப்போன்ற இள முலைகளில் அப்பியும், (மேலும் அந்தச் சந்தனக் குழம்பின் மேலே) விரிந்த வேங்கைமலரின் நுண்ணிய மகரந்தப் பொடியை அப்பிப்பதித்தும், அழகுபெறத் தோன்றும்படி விளாவினது குறுந்தளிரைக் கிள்ளி (அம்முலைகளின் மேல்) தெறித்துக் கொண்டும், கோழியைக் கொண்டு உயர்ந்த – எதிர் நின்று வெல்லும் (முருகனது) வெற்றிக்கொடி பெரிதும் வாழ்க என்று வாழ்த்தியும், பலருஞ் சேர்ந்து சிறப்பு மிக்க மலைப்பகுதியெல்லாம் எதிரொலிக்கும்படி (முருகன் மேல்) பாடியும், அஞ்சுதற்குரிய தெய்வ மகளிர் விளையாடுகின்ற சோலைகளை உடைய,

மந்தியு மறியா மான்பயி லடுக்கத்துச்
சுரும்பு முசாச் சுடர்ப்பூங் காந்தட்
பெருந்தண் கண்ணி மிலைந்த சென்னியன்

பார்முதிர் பனிக்கடல் கலங்கவுள் புக்குச்
சூர்முத றடிந்த சுடரிலை நெடுவே

முருகனின் முடிமாலை

(42-44) குரங்கும் அறிய முடியாத மரங்கள் அடர்ந்து செறிந்த அடுக்கிய மலைப்பகுதியில் மலர்ந்துள்ள — வண்டுகளும் மொய்க்காத — நெருப்புப்போல் சுடர் விடுகிற பெரிய குளிர்ந்த காந்தள் பூ மாலைக் கண்ணியைச் சூடிய முடியை உடையவனும்,

முருகனது வேல்

(45-46) பாரினும் முற்பட்டதான குளிர்ந்த கடல் கலங்கும்படி உள்ளே புகுந்து சூரர்களின் முதல்வனான சூரபன்மனைக் கொன்ற—ஒளிவீசுகிற—இலைவடிவான நீண்ட வேலை (உடையவனும்).

உலறிய கதுப்பிற் பிறழ்பற் பேழ்வாய்ச்
சுழல்விழிப் பசுங்கட் சூர்த்த நோக்கிற்
கழல்கட் கூகையொடு கடும்பாம்பு தூங்கப்
பெருமுலை யலைக்குங் காதிற் பிணர்மோட்
டுருகெழு செலவி னஞ்சுவரு பேய்மகள்
குருதி யாடிய கூருகிர்க் கொடுவிரற்
கண்டொட் டுண்ட கழிமுடைக் கருந்தலை
ஒண்டொடித் தடக்கையி னேந்தி வெருவர
வென்றடு விறற்களம் பாடித்தோள் பெயரா
நிணந்தின் வாய டுணங்கை தூங்க

அரக்கரொடு பொருத போர்க்களத்தில் பேய் மகள் ஆடிய துணங்கைக் கூத்து

(47-56) உலர்ந்த மயிரினையும், வரிசை மாறிய பற்களையும், பிளந்த வாயினையும், சுழலும் கருவிழியுள்ள பசிய கண்களையும், அஞ்சத்தக்க பார்வையினையும், பிதுங்கிய கண்ணையுடைய கோட்டானோடு கொடிய பாம்பும் பொருந்தித் தொங்குவதனாலே பெரிய முலைகளை அலைக்கழிக்கின்ற காதுகளையும், சொர சொரப்பான வயிற்றினையும், நடுங்கச் செய்யும் நடையினையும் உடைய—கண்டார் அஞ்சத்தக்க பேய்ப் பெண்ணானவள், குருதி தோய்ந்த கூரிய நகத்தையுடைய கொடிய விரலாலே கண்ணைத் தோண்டித் தின்ற மிக்க முடை நாற்றம் வீசும்கரிய

(அரக்கர்) தலையை ஒள்ளிய தொடி அணிந்த கையிலே ஏந்திக் கொண்டும், அரக்கர் அஞ்சும்படி எதிர் நின்று (முருகன்) பொருத வெற்றிப் போர்க்களத்தைப் புகழ்ந்து பாடிக் கொண்டும். தோளைத் தூக்கியசைத்து நிணத்தைத் தின்னும் வாயை உடையவளாய்த் 'துணங்கை' என்னும் கூத்தை ஆடிக்கொண்டிருக்க,

இருபே ருருவி னொருபே ரியாக்கை
அறுவேறு வகையி னஞ்சுவர மண்டி
அவுணர் நல்வல மடங்கக் கவிழிணர்

மாமுத றடிந்த மறுவில் கொற்றத்
தெய்யா நல்லிசைச் செவ்வேற் சேஎய்
சேவடி படருஞ் செம்ம லுள்ளமொடு
நலம்புரி கொள்கைப் புலம்புரிந் துறையுஞ்
செலவுநீ நயந்தனை யாயிற் பலவுட
னன்னர் நெஞ்சத் தின்னசை வாய்ப்ப
இன்னே பெறுதிநீ முன்னிய வினையே
செருப்புகன் றெடுத்த சேணுயர் நெடுங்கொடி

அரக்கரை வென்ற முருகன் சேவடி படர்தல்

(57-66) மக்கள்—விலங்கு ஆகிய இருபிரிவு வடிவம் அமைந்த ஒரு பெரிய அரக்க உடலை அறுத்து வேறு வேறு கூறாக்கும் வகையில் அஞ்சும்படி எதிர் சென்று, அரக்கரின் மிக்க வலிமை அடங்கும்படி, கவிழ்ந்த பூங்கொத்துக்களை உடைய மாமரமாக நின்ற அரக்கர் முதல்வனாகிய சூரபன் மனை வெட்டிக் கொன்ற—களங்கம் அற்ற வெற்றியினையும் முழுதும் அறிய முடியாத சிறந்த புகழினையும் செம்மையான வேலினையும் உடைய சேயோனுமாகிய முருகப் பெருமானுடைய திருவடியைச் சென்றடையும் சிறந்த

உள்ளத்துடன், நலம் செய்யும் தன்மையதாகிய வீட்டுலகினை விரும்பிவாழும் பயணத்தினை நீ விரும்பி மேற்கொண்டனை யெனில், பலவகையில் நல்ல உள்ளத்திலே உள்ள இனிய விருப்பம் நிறை வேறும்படி இப்பொழுதே நீ எண்ணிய நல்வினைப் பயனைப் பெறுவாய்! (அன்பனே! முருகன் எழுந்தருளியுள்ள இடங்களை ச் சுட்டிக் கூறுகிறேன், கேள்!)

வரிப்புனை பந்தொடு பாவை தூங்கப்
பொருநர்த் தேய்த்த போரரு வாயிற்
றிருவீற் றிருந்த தீதுதிர் நியமத்து
மாடமலி மறுகிற் கூடற் குடவயி
னிருஞ்சேற் றகல்வயல் விரிந்துவா யவிழ்ந்த
முட்டாட் டாமரைத் துஞ்சி வைகறைக்
கட்கமழ் நெய்த லூதி யெற்படக்
கண்போன் மலர்ந்த காமர் சுனைமல
ரஞ்சிறை வண்டி னரிக்கண மொலிக்குங்
குன்றமர்ந் துறைதலு முரிய னதாஅன்று.

மதுரையைச் சார்ந்த திருப்பரங் குன்றம்

(67-77) போருக்கு வருவார் வருக என்று கூறி ஏற்றிய— விண்ணில் நெடுந் தொலைவு உயர்ந்துள்ள நீண்ட போர்க் கொடியினையும், நூலால் வரிந்து கட்டிச் செய்த பந்தும் பாவையும் (அறுக்கும் எதிரிகள் இன்மையின்) வறிதே தொங்கிக் கொண்டு கிடப்ப, பகைவரையெல்லாம் அழித்து விட்ட (காரணத்தால்) — போர் என்பதே அற்றுப் போன பெருவாயிலையும், திருமகள் அமர்ந்துள்ள — வஞ்சகம் இல்லாத அங்காடிக் கடைத்தெருவினையும், மாட மாளிகைகள் மிகுந்த மற்ற தெருக்களையும் உடைய மதுரையின் மேற்குப் பக்கலில் உள்ள, மிக்க சேறு பொருந்திய அகன்ற வயலிலே விரிந்து மலர்ந்த—முள்ளோடு கூடிய

தண்டையுடைய தாமரை மலரிலே இரவில் தூங்கியும் மிக்க விடியற்காலையில் தேன் கமழும் நெய்தல் பூவை ஊதிக்கோதியும் ஞாயிறு தோன்றிய பின்னர் கண்போல் மலர்ந்துள்ள விருப்பமான சுனைப் பூக்களிலே அழகிய சிறகுடைய வண்டுகளின் அழகிய கூட்டம் ஆரவாரிக்கும் வளமுடைய திருப்பரங் குன்றத்திலே விரும்பி எழுந்தருளியிருத்தலையும் உரிமையாகக் கொண்டவன் முருகன் அத்திருப்பரங்குன்றம் அல்லாமலும், —

2. திருச்சீரலைவாய்

வைந்நுதி பொருத வடுவாழ் வரிநுதல்
வாடா மாலை யோடையொடு துயல்வரப்
படுமணி யிரட்டு மருங்கிற் கடுநடைக்
கூற்றத் தன்ன மாற்றரு மொய்ம்பிற்
கால்கிளர்ந் தன்ன வேழ மேல்கொண்

டைவே றுருவிற் செய்வினை முற்றிய
முடியொடு விளங்கிய முரண்மிகு திருமணி
மின்னுற ழிமைப்பிற் சென்னிப் பொற்ப
நகைதாழ்பு துயல்வரூஉம் வகையமை பொலங்குழை
சேண்விளங் கியற்கை வாண்மதி கவைஇ
அகலா மீனி னவிர்வன விமைப்பத்
தாவில் கொள்கைத் தந்தொழின் முடிமார்
மனனேர் பெழுதரு வாணிற முகனே

(திருச்சீரலைவாய்)
முருகனின் யானை ஊர்தி

(78-82) கூரிய தோட்டி (அங்குசம்) குத்திய வடு ஆழ்ந்த புள்ளி பொருந்திய நெற்றியில் வாடாத பொன்னரி மாலை பட்டத்தோடு தொங்கி அசைய, தாழ்ந்து தொங்கும் மணிகள் இரண்டும் மாறி மாறி இரட்டை ஒலி செய்கின்ற இரு பக்கங்களையும் விரைந்த நடையினையும் எமனை ஒத்த—வெல்லுதற்கு அரிய வலிமையினையும் உடைய—காற்று எழுந்தாற்போல் விரைந்து செல்கிற களிற்று யானையின் மேல் எழுந்தருளி,

முருகன் திருமுகம்

(83- 90) ஐவகை வடிவுடன் செய் வேலைப்பாடு முதிர்ந்த முடியோடு திகழ்கிற-முரண்பட்ட ஒளி வீசும் அழகிய மணிகள் மின்னலை ஒத்த ஒளி விளக்கத்துடன் தலையில் பொலிவுதர, ஒளிவீசி அசைகிற-வேலைப்பாடு அமைந்த பொற்காதணிகள், நெடுந்தொலைவு விளங்கித் தோன்றும் இயல்புடைய ஒளிவிடும் திங்களைச் சூழ்ந்த நீங்காத விண்மீன்கள் போன்று திகழ்வனவாய் ஒளிவீச, குற்றமற்ற குறிக்கோளுடன் தம் தவத்தொழிலை முடிக்கும் தவத்தோரின் உள்ளத்தில் எதிர்ப்பட்டு எழுந்து தோன்றுகிற நல்லொளியும் செந்நிறமும் மிக்க ஆறு முகங்களுள்.

மாயிருண் ஞால மறுவின்றி விளங்கப்
பல்கதிர் விரிந்தன் றொருமுக மொருமுக
மார்வல ரேத்த வமர்ந்தினி தொழுகிக்
காதலி னுவந்து வரங்கொடுத் தன்றே யொருமுக

மந்திர விதியின் மரபுளி வழாஅ
அந்தணர் வேள்வியோர்க் கும்மே யொருமுக
மெஞ்சிய பொருள்களை யேமுற நாடித் திங்கள்போலத்
திசைவிளக் கும்மே யொருமுகஞ் செறுநர்த் தேய்த்துச்
செல்சம முருக்கிக்
கறுவுகொணெஞ்சமொடு களம்வேட்
டன்றே யொருமுகங்
குறவர் மடமகள் கொடிபோ னுசுப்பின்
மடவரல் வள்ளியொடு நகையமர்ந் தன்றே யாங்கம்

மூவிரு முகனு முறைநவின் றெழூகலி

னாரந் தாழ்ந்த வம்பகட்டு மார்பிற்
செம்பொறி வாங்கிய மொய்ம்பிற் சுடர்விடுபு
வண்புகழ் நிறைந்து வசிந்துவாங்கு நிமிர்தோள்
விண்செலன் மரபி னையர்க் கேந்திய
தொருகை உக்கஞ் சேர்த்திய தொருகை

ஆறு முகங்களின் அருஞ் செயல்கள்

(91 - 102) ஒருமுகம், இருள் சூழ்ந்த பெரிய உலகம் களங்கம் அற்றுத் திகழப் பல்வேறு கதிர்களை விரித்து வீசிக் கொண்டிருக்கிறது; மற்றொரு முகம், அன்பர்கள் போற்ற விரும்பி இனிது விளங்கி, அன்பர் மேல் உள்ள ஆராக் காத லால் மகிழ்ந்து அவர் வேண்டும் வரங்களை அளிக்கின்றது; மூன்றாவது முகம், மந்திர விதிப்படி மரபு முறை தவறாது செய்கின்ற அந்தணர்தம் வேள்வியைக் (யாகத்தைக்) கருத்திற் கொண்டு காத்தோம்பும்; வேறொரு முகம், எவராலும் உணர்த்த முடியாமல் எஞ்சிய மெய்ப்பொருள்களை இன்பம் மிக நாட்டங் கொண்டு திங்களைப் போல எல்லாத் திசைகளிலும் விளக்கிக் கொண்டிருக்கும்; இன்னொரு முகம், பகையரக்கர்களை அழித்து, மேற்சென்ற போர்முனையை நொறுக்கி, சினங்கொண்ட நெஞ்சோடு களவேள்வியைச் செய்யும்; ஆறாவது முகமோ, குறவரின் இளமகளாகிய— கொடிபோன்ற இடுப்பினையுடைய மடப்பம் மிக்க வள்ளியொடு நகைத்து மகிழும்.

முருகன் திருக்கைகள்

(103-106) அவ்வாறாக அந்த ஆறு முகங்களும் முறையுடன் பயின்று அச்செயல்களைப் புரிந்தொழுகுவதால் அவற்றிற்கேற்ப, — மாலை தாழ்ந்து தொங்கும் அழகிய மார்பிலிருந்து தொடங்கியுள்ள சிவந்த மூன்று அழகு வரிக் கோடுகளைத் *(தோள்வரையும்)* பெற்றுள்ள—வலிமையுடைய

—சுடர்விட்டு வளவிய புகழ் நிறைந்து வளைந்து நீட்டி இயங்குகிற நிமிர்ந்த தோள்களுடன் கூடிய பன்னிரு திருக்கைகளுள்,

நலம் பெறு கலிங்கத்துக் குறங்கின் மிசையசை இயதொருகை
அங்குசங் கடாவ வொருகை யிருகை
ஐயிரு வட்டமொ டெஃகுவலந் திரிப்ப வொருகை
மார்பொடு விளங்க வொருகை
தாரொடு பொலிய வொருகை
கீழ்வீழ் தொடியொடு மிமீசைக் கொட்ப வொருகை

பாடின் படுமணி யிரட்ட வொருகை
நீனிற விசும்பின் மலிதுளி பொழிய வொருகை
வானர மகளிர்க்கு வதுவை சூட்ட வாங்கப்
பன்னிரு கையும் பாற்பட வியற்றி
அந்தரப் பல்லியங் கறங்கத் திண்காழ்

பன்னிரு திருக்கைகளின் பான்மை
(107–118)

[முதல் இரட்டைக் கைகள்]

(107-108) விண்ணில் இயங்கும் இயல்புடைய தேவர்களைக் காக்க ஏந்திய நிலையில் உள்ளது ஒருகை; (அதற்கு இணையாக) இடுப்பில் ஊன்றியுள்ளது மற்றொருகை.

[இரண்டாவது இரட்டை.]

(109-110) அழகு மிக்க ஆடையணிந்துள்ள துடையின் மேலே தொங்கவிட்டிருப்பது ஒருகை; *(ஊர்ந்துசெல்லும் பானையைச்)* செலுத்துவதற்காகத் தோட்டி *(அங்குசம்)* பிடித்திருப்பது ஒருகை.

[மூன்றாம் இரட்டை]

(110-111) அடுத்த இரட்டைக் கைகளுள், அழகிய பெரிய கேடயத்தை ஏந்தி நிற்க ஒருகை; வேலை வலமாகச் சுழற்ற மற்றொரு கை.

[நான்காம் இணை]

(111-113) ஒருகை மார்போடு பொருந்தித் திகழ; மற்றொன்று மாலையுடன் விளங்க;

[ஐந்தாவது இணை]

(113-115) ஒருகை கீழ்நோக்கித் தொங்கும் தொடி என்னும் அணியுடன் மேல் நோக்கிச் சுழல; வேறொன்று, ஓசை இனிமையுடன் ஒலிக்கின்ற மணியை மாறி மாறி இரட்டித்து ஒலியெழச் செய்ய;

[ஆறாவது இணை]

(115-118) ஒரு கை நீல நிற விண்ணிலிருந்து மிகுந்த மழைத் துளியைப் பெய்விக்க; இன்னொரு கை வானத்துத் தெய்வ மகளிர்க்கு மணமாலை சூட்ட, அப்படியாக அந்தப் பன்னிரு கைகளையும் முறையுடன் தொழிற்படுத்தி,

வயிரெழுந் திசைப்ப வால்வளை ஞரல
உரந்தலைக் கொண்ட வுருமிடி முரசமொடு
பல்பொறி மஞ்ஞை வெல்கொடி யகவ
விசும்பா றாக விரைசெலன் முன்னி

உலகம் புகழ்ந்த வோங்குயர் விழுச்சீ
ரலைவாய்ச் சேறலு நிலைஇய பண்பே
யதாஅன்று

அலைவாய் அடைதல்

(119-125) வானப் பல்லியம் (தேவதுந்துபி) முழங்கவும், திண்ணிய வயிரம் பாய்ந்த கொம்பு என்னும் இசைக் கருவி மிக்கெழுந்து ஒலிக்கவும், வெண்மையான சங்கு ஊதி முழங்கவும். வலிமையைத் தன்னிடம் கொண்டுள்ள-இடியேறு போன்ற முரசத்தின் முழக்கத்துடன், பல பீலியை உடைய மயில் வெற்றிக் கொடியின் பாலிருந்து அகவவும், வானகத்தின் வழியாக விரைந்து செல்லுதலைக் கருத்திற் கொண்டு, உலகம் புகழ்கிற-ஓங்கிய உயர்ந்த சிறந்த பெருமையுடைய (திருச்செந்தூர் ஆகிய) திருச்சீரலைவாய் என்னும் திருப்பதியில் சென்று எழுந்தருளியிருத்தலும் முருகனுக்கு நிலை பெற்ற பண்பாகும். அத்திருச்சீரலைவாய் அல்லாமலும்,

3. திருவாவினன்குடி

சீரை தைஇய வுடுக்கையர் சீரொடு
வலம்புரி புரையும் வானரை முடியினர்
மாசற விமைக்கு முருவினர் மானி
னுரிவை தைஇய வூன்கெடு மார்பி
னென்பெழுந் தியங்கு மியாக்கையர் நன்பகற்
பலவுடன் கழிந்த வுண்டிய ரிகலொடு
செற்ற நீக்கிய மனத்தின ரியாவதுங்
கற்றோ ரறியா வறிவினர் கற்றோர்க்குத்
தாம்வரம் பாகிய தலைமையர் காமமொடு
கடுஞ்சினங் கடிந்த காட்சிய ரிடும்பை
யாவது மறியா வியல்பினர் மேவரத்
துனியில் காட்சி முனிவர் முற்புகப்

புகைமுகந் தன்ன மாசி றூவுடை
முகைவா யவிழ்ந்த தகைசூ ழாகத்துச்
செவிநேர்பு வைத்த செய்வுறு திவவி
னல்லியாழ் நவின்ற நயனுடை நெஞ்சின்
மென்மொழி மேவல ரின்னரம் புளர

[திருவாவினன் குடி]
முனிவர்கள் முன்புகுதல்

(126-137) மரவுரியினைத் தொடுத்துச் செய்த உடையினை உடுத்தவரும், சிறப்புடன் வலம்புரிச்சங்கு போன்ற வெள்ளிய நரைத்த முடியினைக் கொண்டவரும், அழுக்கு இன்றி விளங்கும் தூய வடிவினைப் பெற்றவரும், மானின் தோல்

போர்த்திய—தசை (சதை) கழிந்த மார்பு அமைந்த எலும்பு வெளியில் தோன்ற உலவும் உடம்பை உடைய வரும். நல்ல பகல் பொழுதுகள் பலவும் உணவு நீக்கிய வரும், பகையுடன் படுசீற்றம் துறந்த உள்ளத்தினரும், எல்லாம் கற்றவரும் அறியமுடியாத நுண்ணிய அறிவு வாய்க்கப் பெற்றவரும், கற்றவர்க்கெல்லாம் தாம் உயர் எல்லையாக நிற்கும் தலைமை பெற்றவரும், காமத்துடன் கடிய சினத்தையும் நீக்கிய பட்டறிவினரும், துன்பம் ஒரு சிறிதும் உணராத பண்பினரும், மேன்மை பொருந்த—கசப்பு அற்ற நல்ல பட்டறிவினை உயைவரும் ஆகிய முனிவர் பெருமக்கள் முன்னே சென்று புக,—

கந்தருவர் யாழ் மீட்டல்

(138-142) வெண்புகையை மொண்டு கொண்டாற் போன்ற அழுக்கு இல்லாத தூய உடையினையும், மொக்கு வாய் திறந்து மலர்ந்த மலர் மாலை சுற்றியணிந்த மார்பினையும், செவியாலே இசையை நேர்ந்து அமைத்த-செய்வேலைப்பாடு மிகுந்த வார்க்கட்டினையுடைய நல்ல யாழ் பயின்ற நயமான உள்ளப் பாங்கினையும் உடைய மென்மையான மொழி பேசுபவராகிய கந்தருவர் என்னும் யாழோர் இனிய யாழ் நரம்பை மீட்டி இயக்குதற்காக,

நோயின் றியன்ற யாக்கையர் மாவி
னவிர்தளிர் புரையு மேனிய ரவிர்தொறும்
பொன்னுரை கடுக்குந் திதலைய ரின்னகைப்
பருமந் தாங்கிய பணிந்தேந் தல்குன்
மாசின் மகளிரொடு மறுவின்றி விளங்கக்

கந்தருவர் தம் மகளிருடன் வருதல்

(143-147) நோய் இல்லாமல் நலமுடன் அமைந்த உடம்பினைப் பெற்றவரும், விளங்கும் மாந்தளிர் போன்ற மேனி பொருந்தியவரும். விளங்கும் போதெல்லாம் (ஜொலிக்கும் போதெல்லாம்) உரைத்த பொன்துகளின் பதிவு போல் விளங்கும் (ஜொலிக்கும்) தேமலை உடையவரும், இனிய ஒளிவீசும் மேகலை யணிந்த—கீழே சரிந்தும் மேலே உயர்ந்தும் அமைந்துள்ள அல்குலை உடையவரும் ஆகிய களங்கம் அற்ற கந்தருவ மகளிருடன் வந்து குற்றம் இன்றிச் சூழ்ந்து திகழ,—

கடுவோ டொடுங்கிய தூம்புடை வாலெயிற்
றழலென வுயிர்க்கு மஞ்சுவரு கடுந்திறற்
பாம்புபடப் புடைக்கும் பல்வரிக் கொடுஞ்சிறைப்
புள்ளணி நீள்கொடிச் செல்வனும் வெள்ளேறு

[மூவர் வருகை]

திருமால்

(148-151) நஞ்சுடன் ஒடுங்கிக் கிடக்கும் துளையுள்ள வெள்ளிய பற்களையும் நெருப்பு எனப் பெருமூச்சு எறியும் அஞ்சத்தக்க கூடிய ஆற்றலையும் உடைய பாம்புகள் அழியும் படி அடிக்கிற—பல வரிகள் கொண்ட வளைந்த இறக்கையை உடைய கருடப் பறவையை ஏந்திய நீண்ட கொடியை உடைய செல்வனாகிய திருமாலும்,

வலவயி னுயரிய பலர்புகழ் திணிதோ
ளுமையமர்ந்து விளங்கு மிமையா முக்கண்
மூவெயின் முருக்கிய முரண்மிகு செல்வனு
நூற்றுப்பத் தடுக்கிய நாட்டத்து நூறுபல்

உருத்திரன்

(151-154) வெள்ளிய ஆனேற்றை (இடபத்தை) வலப் புறத்தே கொடியாக உயர்த்திய—பலரும் புகழும் திண்ணிய தோள்களை உடைய—(இடப்பாகத்தே) உமையம்மை விரும்பி அமர்ந்துள்ள- இமைக்காத மூன்று கண்களையுடைய- முப்புரங்களை எரித்து அழித்த—வலிமை மிக்க செல்வனாகிய உருத்திரனும்,

வேள்வி முற்றிய வென்றடு கொற்றத்
தீரிரண் டேந்திய மருப்பி னெழினடைத்
தாழ்பெருந் தடக்கை யுயர்த்த யானை
எருத்த மேறிய திருக்கிளர் செல்வனு

இந்திரன்

(155-159) (நூறைப் பத்தால் பெருக்கினால் வரும்) ஆயிரம் கண்களுடனும் நூற்றுக்கு மேற்பட்ட பல வேள்விகளே இயற்றி முடித்த—பகைவரை முன்னேறி அழித்த வெற்றிச் சிறப்புடனும் (விளங்கி), நான்காக அமைந்த மருப்புகளையும் (தந்தங்களையும்) அழகிய நடையினையும் உடைய—தாழ்ந்து தொங்கும் பெரிய நீண்ட துதிக்கையைத் தூக்கி மேலே உயர்த்திய வெள்ளையானையின் பிடரியின் மேல் அமர்ந்து வரும் — திருமகளின் விளக்கம் பெற்ற செல்வனாகிய இந்திரனும்,

நாற்பெருந் தெய்வத்து நன்னகர் நிலைஇய
உலகங் காக்கு மொன்றுபுரி கொள்கைப்
பலர்புகழ் மூவருந் தலைவ ராக
ஏமுறு ஞாலந் தன்னிற் றோன்றித்
தாமரை பயந்த தாவி லூழி

நான்முக வொருவற் சுட்டிக் காண்வரப்

மூவர் வருகையின் காரணம்

(160-165) இந்திரன், நான்முகன். திருமால், உருத்திரன் என்னும் நான்கு பெரிய தெய்வங்களுள் (முருகனால் சிறைப்பட்டுக் கிடக்கும் நான்முகன் நீங்கலாக). நல்ல திருப்பதிகள் நிலைபெற்றுள்ள உலகினைக் காக்கும் ஒப்பற்ற செயல் புரியும் கொள்கை கொண்ட —பலரும் புகழும் திருமால், உருத்கிரன், இந்திரன் ஆகிய மூவரும் தாம் தத்தம் தலைமையினைப் பெற வேண்டியும், காவலுடைய மண்ணுலகில் வந்து (முருகன் எதிர்) தோன்றி, (திருமாலின் திரு உந்தியாகிய) தாமரை ஈன்ற —குற்றம் இல்லாத பல ஊழிகளைப் படைக்கும் நான் முகனாகிய ஒருவன் சிறையில் இருப்பதைச் சுட்டிக்காட்டிச் சிறைவீடு செய்ய வேண்டியும் முருகனைக் கண்டு கொண்டிருக்கவும்,

பகலிற் றோன்று மிகலில் காட்சி
நால்வே றியற்கைப் பதினொரு மூவரோ
டொன்பதிற் றிரட்டி யுயர்நிலை பெறீஇயர்
மீன்பூத் தன்ன தோன்றலர் மீன்சேர்பு
வளிகிளர்ந் தன்ன செலவினர் வளியிடைத்
தீயெழுந் தன்ன திறலினர் தீப்பட
உருமிடித் தன்ன குரலினர் விழுமிய
உறுகுறை மருங்கிற்றம் பெறுமுறை கொண்மா
ரந்தரத் கொட்பினர் வந்துடன் காணத்

மற்றைத் தேவர்களும் வந்து காணல்

(166-174) பகல் ஒளிபோல் தோன்றும் மாறுபாடு அற்ற ஒளிக்காட்சியினையுடைய- (ஆதித்தர் பன்னிருவர்+உருத்திரர் பதினொருவர்+வசுக்கள் எண்மர் + அசுவினி தேவர் என்னும் மருத்துவர் இருவர் ஆகிய) நான்கு வகையான வேறுபட்ட இயல்புடைய தேவர் முப்பத்து மூவரும், (பதினொரு மூவர் *=11 x 3 =33*, (ஒன்பதை இரண்டால் பெருக்கிய) பதினெட்டு வகையான உயர்நிலை பெற்ற தெய்வ இனத்தவரும். விண்மீன்கள் பொலிந்திருப்பது போன்ற தோற்றத்தினராயும், விண்மீன்களைச் சார்ந்து காற்று எழுச்சியுற்றது போன்ற விரைந்த நடையினராயும், காற்றிலிருந்து நெருப்பு எழுந்தாற் போன்ற வலிமையுடையவராயும், நெருப்புப் பிழம்பு தோன்ற இடி இடித்தாற் போன்ற உரத்த குரல் உடையவராயும், தமக்கு உற்ற துன்பமான குறைபாடுகளினின்றும் தாம் விடுதலை பெறும் வழிமுறையினைத் தேடிக் கொள்பவராயும் அமைந்து வான் வழியே சுழன்று வந்து முருகனை) ஒருசேரக் கண்டு வணங்கி நிற்கவும்,

தாவில் கொள்கை மடந்தையொடு சின்னா **175**
ளாவி னன்குடி யசைதலு முரிய னதா அன்று.

ஆவினன்குடி அமர்தல்

(175- 176) குற்ற மற்ற கற்பு கொண்ட மடந்தையாகிய தெய்வயானையுடன் சில நாள் (பழநி எனப்படும்) திருவாவினன் குடி என்னும் திருப்பதியில் அமர்ந்திருத்தலையும் முருகன் உரிமையாக உடையவன். அத்திருவாவினன் குடி அல்லாமலும்,-

4. திருவேரகம்

இருமூன் றெய்திய வியல்பினின் வழாஅ
திருவர்ச் சுட்டிய பல்வேறு தொல்குடி

அறுநான் கிரட்டி யிளமை நல்லியாண்
டாறினிற் கழிப்பிய வறனவில் கொள்கை
மூன்றுவகைக் குறித்த முத்தீச் செல்வத்
திருபிறப் பாளர் பொழுதறிந்து நுவல
ஒன்பது கொண்ட மூன்றுபுரி நுண்ஞ்
புலராக் காழகம் புலர வுடீஇ
உச்சிக் கூப்பிய தற்புகழ்ந்
தாறெழுத் தடக்கிய வருமறைக் கேள்வி
நாவியன் மருங்கி னவிலப் பாடி
விரையுறு நறுமல ரேந்திப் பெரிதுவந்
தேரகத் துறைதலு முரிய னதாஅன்று.

[திருவேரகம்]
அந்தணர் வழிபடும் திரு ஏரகம்

(177-189) (ஓதல், ஓதுவித்தல், வேட்டல், வேட் பித்தல், ஈதல், ஏற்றல் என்னும்) அறுவகையாய் உள்ள செயற் கடமையினின்றும் வழுவாமல், (தாய்க்குடி, தந்தைக்குடி என்னும்) இருவர் குடியையும் சுட்டிச் சொல்லத்தக்க பல்வேறு பழங்குடிகளில் பிறந்த— (அறுநான்கு இரட்டி= *6x 4 x 2=48)* நாற்பத்தெட்டு நல்ல இளமை மிக்க ஆண்டுகளே நல்வழியில் கழித்த—அறங்கூறும் கொள்கை கொண்ட— (நாற்சதுரம், முச்சதுரம், வில்வடிவம் என்னும்) மூன்று வடிவாய் அமைத்துக் காக்கும் மூவகைத் தீயாகிய செல்வத்தை உடைய அந்தணர்கள் உரிய காலம் அறிந்து போற்றியுரைக்கும்

வகையில், ஒரு புரிக்கு மூன்று நூல் வீதம் ஒன்பது நூல்களால் முறுக்கிய மூன்று புரிகள் கொண்ட நுண்ணிய பூணூலுடன், தோய்த்து உலராத உடையினை உடம்பிலேயே உலரும்படி உடுத்துக்கொண்டு, தலைமேலே குவித்த கைகளை உடையவராய், முருகனாகிய தன்னைப் போற்றிப் புகழ்ந்து, ஆறு எழுத்துக்களை (ஷடாட்சரம்) உள்ளடக்கிய அரிய மந்திர மறையை நாக்கு இயலும் அளவில் பயின்று பலமுறை ஓதி, மணம் மிக்க நல்ல மலர்களை ஏந்தித் தூவி வழிபட, அவ்வழிபாட்டிற்குப் பெரிதும் மகிழ்ந்து (சுவாமிமலை என்று கருதப்படுகின்ற) திரு ஏரகம் என்னும் திருப்பதியில் உறை தலையும் முருகன் உரிமையாகக் கொண்டவன். அந்தத் திரு வேரகம் அல்லாமலும்,-

5. குன்றுதோறாடல்

பைங்கொடி நறைக்கா யிடையிடுபு வேல
னம்பொதிப் புட்டில் விரைஇக் குளவியொடு
வெண்கூ தாளந் தொடுத்த கண்ணிய
னறுஞ்சாந் தணிந்த கேழ்கினர் மார்பிற்
கொடுந்தொழில் வல்விற் கொலைஇய கானவர்
நீடமை விளைந்த தேக்கட் டேறற்

[குன்றுதோறாடல்]

வேலன் வெறியாட்டு

(190-197) (முருகனைப் போல் கோலம் புனைந்து முருகனாகவே தோன்றும்) வேலன் எனப்படுபவன், பசுமையான கொடியாலே மணமுள்ள பலவகைக் காய்களை இடையிடையே இட்டும் அழகு பொருந்திய தக்கோலக் காயைக் கலந்தும் காட்டு மல்லிகையுடன் வெண்டாளி மலரையும் சேர்த்துக் கட்டின மாலையை அணிந்தவனாய், மணமிக்க சந்தனம் பூசிய நல்ல நிறம் விளங்கும் மார்பினோடு, கொடுஞ் செயலுடைய வலிய வில்லால் கொலைத் தொழில் புரிகிற காட்டுக் குறவர்கள் நீண்ட மூங்கில் குழாயில் ஊற்றிப் பதப்படுத்திய தேனால் ஆன கள்ளின் தெளிவை, மலைப்பகுதியிலுள்ள சிற்றூரில் வாழும் சுற்றத்தாருடன் மகிழ்ந்து உண்டு, தொண்டகம் என்னும் சிறுபறையின் ஒலிக்கு ஏற்பக் குரவை என்னும் கூத்தை ஆட,

குன்றகச் சிறுகுடிக் கிளையுடன் மகிழ்ந்து
தொண்டகச் சிறுபறைக் குரவை யயர
விரலுனர்ப் பவிழ்ந்த வேறுபடு நறுங்காற்

குண்டுசுனை பூத்த வண்டுபடு கண்ணி
இணைத்த கோதை யணைத்த கூந்தன்
முடித்த குல்லை யிலையுடை நறும்பூச்
செங்கான் மராஅத்த வாலிணை ரிடையிடுபு
சுரும்புணத் தொடுத்த பெருந்தண் மாத்தழை
திருந்துகா ழல்கு றிளைப்ப வுடீஇ
மயில்கண் டன்ன மடநடை மகளிரொடு

மலையக மகளிரின் அணிவகை

(198-205) விரலால் கிண்டியதால் மலர்ந்த தனி வேறான நறுமணம் உடைய— ஆழமான சுனைகளில் மலர்ந்த வண்டு மொய்க்கும் மலர்களால் தொடுத்த கண்ணி என்னும் ஒருவகை மாலையினையும் இணைப்பான கோதை என்னும் வகை மாலையினையும் சேர்த்து அணிந்த கூந்தலுடன், கட்டிய கஞ்சங் குல்லையொடு, மராமரத்தின் இலையொடு கூடிய நறிய மலர்களின் சிவந்த காம்புகளைக் கொண்ட வெள்ளிய பூங்கொத்துக்களை இடையிடையே இட்டு வண்டுகள் தேன் அருந்தும்படித் தொடுத்துச் செய்த பெரிய குளிர்ந்த சிறந்த தழை உடையைத் திருத்தமான மணிவடம் அணிந்த அல்குலிலே அசையும் படி உடுத்து, மயிலைக் கண்டாற்போன்று தோன்றும் மட நடையையுடைய மலைப்பகுதி மகளிருடன் (கூடி),

செய்யன் சிவந்த வாடையன் செவ்வரைச்
செயலைத் தண்டளிர் துயல்வருங் காதினன்
கச்சினன் கழலினன் செச்சைக் கண்ணியன்
குழலன் கோட்டன் குறும்பல் லியத்தன்
தகரன் மஞ்ஞையன் புகரில் சேவலங்

கொடிய னெடியன் றொடியணி தோள
னரம்பார்த் தன்ன வின்குரற் றொகுதியொடு
குறும்பொறிக் கொண்ட நறுந்தண் சாயன்
மருங்கிற் கட்டிய நிலனேர்பு துகிலினன்
முழவுறழ் தடக்கையி னியல வேந்தி
மென்றோட் பல்பிணை தழீஇத் தலைத்தந்து
குன்றுதே றாடலு நின்றதன் பண்பே யதாஅன்று.

வெறியாடும் வேலன் உருவத்திலே குடிகொண்டுள்ள குமரன் இயல்பு

(206-217) செம்மேனியனாய், செந்நிற ஆடையனாய், சிவந்த அடிமரத்தையுடைய -அசோகினது குளிர்ந்த தளிர் அசைந்தாடும் காதுகளை உடையவனாய், கச்சு கட்டினவனாய், வீரக் கழல் பூண்டவனாய், வெட்சி மாலை சூடினவனாய், குழல் இசைப்பவனாய், கொம்பு ஊதுபவனாய், சிறிய பல இசைக் கருவிகளை இசைப்பவனாய், ஆட்டுக் கிடாயும் மயிலும் ஊர்தியாய் உடையவனாய், குற்றமற்ற அழகிய சேவல் கொடியோனாய், நெடிய பெருமையுடையவனாய், தொடி அணிந்த தோளனாய், யாழ் நரம்பை மீட்டினால் ஒத்த இனிய குரலுடைய மகளிர் குழுவுடனும் உதரபந்தனம் (இடைக் கச்சை) கொண்ட் நறிய தண்ணிய சாயலுடைய மகளிருடனும், இடுப்பிலே உடுத்த-நிலத்திலே தொங்குகிற துகிலை உடையவனாய், முழவு போல் திரண்ட பெரிய கைகளால் இசைவாக ஏந்தி மெல்லிய தோளுடைய பல பெண்மான்கள் போன்ற பெண்டிரைத் தழுவிக்கொண்டு அனைவர்க்கும் தலையளி செய்து மலைகள்தோறும் சென்று ஆடல் புரிதலும் (அவனுக்கு) நிலைத்த பண்பாகும். அவ்வாறு குன்று தோறும் ஆடி அமர்ந்திருத்தல் அல்லாமலும்,-

6. பழமுதிர் சோலை

சிறுதினை மலரொடு விரைஇ மறியறுத்து
வாரணக் கொடியொடு வயிற்பட நிறீஇ
ஊரூர் கொண்ட சீர்கெழு விழலினு
மார்வல ரேத்த மேலரு நிலையினும்
வேலன் றைஇய வெறியயர் களனுங்
காடுங் காவுங் கவின்பெறு துருத்தியும்
யாறுங் குளனும் வேறுபல் வைப்புஞ்
சதுக்கமுஞ் சந்தியும் புதுப்பூங் கடம்பு
மன்றமும் பொதியிலுங் கந்துடை நிலையினு

முருகன் எழுந்தருளும் பிற இடங்கள்

(218-226) சிறிய தினை அரிசியைப் பூக்களுடன் கலந்து பரப்பி ஆடு அறுத்து, கோழிக் கொடியுடன் அனைத்தையும் உரிய இடத்தில் அமைத்து ஊர்கள் தோறும் நடாத்தும் சிறப்பு மிக்க திருவிழாக்களிலும்.—அன்பர்கள் போற்ற விருப்பங்கொள்ளும் சிறப்பிடங்களிலும்,—வேலுடன் முருகன்போல் கோலம் கொண்டவன் அழகுபெற அமைத்து வெறியாடுகின்ற (சாமியாடுகின்ற களங்களிலும், காடுகளிலும், சோலைகளிலும், அழகு மிக்க ஆற்றிடைக் குறைகளிலும் (ஆற்றிடைத் திட்டுக்களிலும்), ஆற்றங் கரைகளிலும், குளக்கரைகளிலும், இன்ன பல வேறு இடங்களிலும், நாற்கூட்டிடங்களிலும் (நாற் சந்திகளிலும் முக் கூட்டிடங்களிலும் (முச் சந்திகளிலும்), புதிய மலர்களையுடைய கடம்ப மரங்களிலும், ஊர் நடு மன்றமாகிய மரத்தடியிலும், பொது அம்பலங்களிலும், கடவுளாகக் கருதி நட்டு நிறுத்திய கல் தறிகளிலும்,—

மாண்டலைக் கொடியொடு மண்ணி யமைவர
நெய்யோ டையவி யப்பியை துரைத்துக்
குடந்தம் பட்டுக் கொழுமலர் சிதறி

முரண்கொ ளுருவி னிரண்டுட னுடீஇச்
செந்நூல் யாத்து வெண்பொரி சிதறி
மதவலி நிலைஇய மாத்தாட் கொழுவிடைக்
குருதியொடு விரைஇத் தூவெள் ளரிசி
சில்பலிச் செய்து பல்பிரப் பிரீஇச்
சிறுபசு மஞ்சனொடு நறுவிரை தெளித்துப்

முருகாற்றுப் படுத்த நகர்

(227-235) கோழிக் கொடியோடு பொருந்த அணி செய்து, நெய்யுடன் வெண் சிறு கடுகைக் கலந்து அப்பி, அழகிய மறைப்பாடலை வாய்க்குள் உரைத்துக் கொண்டே வழிபட்டு, செழுமையான பூக்களைத் தூவி, வேறுபட்ட அமைப்பையுடைய இரண்டு உடைகளை நீளத் தொங்கும் வாட்டத்தில் ஒன்றும் அதன்மேல் குறுக்கு வாட்டத்தில் ஒன்றுமாக ஒருசேர உடுத்து, செந்நிற நூலைக் கையிலே காப்பாகக் கட்டி, வெண்மையான பொரியினைச் சிதறித் தூவி, மத வலிமை மிக்க பெரிய காலையுடைய கொழுத்த கிடாவின் குருதியோடு (இரத்தத்தோடு) கலந்த தூய வெள்ளரிசியினைச் சிறுபலியாகப் போட்டுப் பல பிரப்புகளை (அரிசிக் கலங்களைப்) பரவலாக வைத்து, சிறிய பசு மஞ்சளுடன் நறுமணப் பொருள்களையும் தூவித் தெளித்து,

பெருந்தண் கணவீர நறுந்தண் மாலை
துணையுற வறுத்துத் தூங்க நாற்றி
நளிமலைச் சிலம்பி னன்னகர் வாழ்த்தி

நறும்புகை யெடுத்துக் குறிஞ்சி பாடி
இமிழிசை யருவியோ டின்னியங் கறங்க
உருவப் பல்பூத் தூஉய் வெருவரக்
குருதிச் செந்தினை பரப்பிக் குறமகண்
முருகியம் நிறுத்து முரணின ருட்க
முருகாற்றுப் படுத்த வுருகெழு வியனக

(முன்னதின் தொடர்ச்சி)

(236-244) பெரிய குளிர்ந்த செவ்வலரி மாலையினையும் நறுமண மிக்க குளிர்ச்சியான மற்ற மாலைகளையும் ஒருநிகர் அளவாக அறுத்து அசைந்து கொண்டிருக்குமாறு தொங்க விட்டு, செறிவான மலைச்சாரலில் உள்ள நல்ல ஊர்கள் வளம் பெறுக என வாழ்த்தி, நறுமணப் பொருள்களைப் புகைத்து (தூபமிட்டு), மலை நிலத்திற்கு உரிய குறிஞ்சிப் பண்ணைப் பாடி, முழங்கும் இசையையுடைய அருவியொலியுடன் சேர்ந்து இனிய இசைக் கருவிகளும் ஒலித்துக் கொண்டிருக்க, பல்வேறு நிறங்களையுடைய பலவகை மலர்களையும் தூவி, அச்சம் தோன்றக் குருதியோடு (இரத்தத்தோடு) கலந்த சிவந்த தினை அரிசியைப் பரப்பி, தெய்வம் ஏறிய குறக் குடிமகள் முருகனுக்கு உகந்த இசைக்கருவிகளே இசைத்து மாறுபடுவோர் அஞ்சும்படி இயங்கி, முருகன் ஆண்டு எழுந்தருளும்படி வழிப்படுத்திக் கொணர்ந்த- ஒருவகைத் தெய்வ அச்சம் (பயபக்தி) நிறைந்த பெரிய நகரின் கண்ணே

ராடுகளஞ் சிலம்பப் பாடிப் பலவுடன்
கோடுவாய் வைத்துக் கொடுமணி யியக்கி
ஓடாப் பூட்கைப் பிணிமுகம் வாழ்த்தி
வேண்டுநர் வேண்டியாங் கெய்தினர் வழிபட
ஆண்டாண் டுறைதலு மறிந்த வாறே

(தொடர்ச்சி)

(245-249) வெறியாடும் (சாமியாடும்) களங்கள் எதிரொலிக்குமாறு பாடி, பலவகை ஊது கொம்புகளை வாயில் வைத்து ஊதி, வளைந்த மணிகளை ஆட்டி ஒலிக்கச் செய்து, அழியாத ஆற்றலுடைய (முருகனது) யானையை வாழ்த்தி, வேண்டுவார் வேண்டுவனவற்றை வேண்டியபடி அடைந்தவராய் வழிபாடு செய்ய, அந்த அந்த இடங்களிலும் முருகன் அமர்ந்திருப்பதும் அறிந்த செய்தியேயாம்.

ஆண்டாண் டாயினு மாகக் காண்டக
முந்துநீ கண்டுழி முகனமர்ந் தேத்திக்
கைதொழூஉப் பரவிக் காலுற வணங்கி
நெடும்பெருஞ் சிமையத்து நீலப் பைஞ்சுனே
ஐவரு ளொருவ னங்கை யேற்ப
அறுவர் பயந்த வாறமர் செல்வ
ஆல்கெழு கடவுட் புதல்வ மால்வரை
மலைம்கள் மகனே மாற்றோர் கூற்றே
வெற்றி வெல்போர்க் கொற்றவை சிறுவ
இழையணி சிறப்பிற் பழையோள் குழவி
வானோர் வணங்குவிற் றானைத் தலைவ
மாலை மார்ப நூலறி புலவ
செருவி லொருவ பொருவிறன் மள்ள

அந்தணர் வெறுக்கை யறிந்தோர் சொன்மலை
மங்கையர் கணவ மைந்த ரேறே
வேல்கெழு தடக்கைச் சால்பெருஞ் செல்வ
குன்றங் கொன்ற குன்றாக் கொற்றத்து

விண்பொரு நெடுவரைக் குறிஞ்சிக் கிழவ
பலர்புகழ் நன்மொழிப் புலவ ரேறே
அரும்பெறன் மரபிற் பெரும்பெயர் முருக
நசையுநர்க் கார்த்து மிசைபே ராளா
அலந்தோர்க் களிக்கும் பொலம்பூட் சேஎய்
மண்டமர் கடந்தநின் வென்றா டகலத்துப்
பரிசிலர்த் தாங்கு முருகெழு நெடுவேள்
பெரியோ ரேத்தும் பெரும்பெய ரியவுள்
சூர்மருங் கறுத்த மொய்ம்பின் மதவலி
போர்மிகு பொருந குரிசி லெனப்பல
யானறி யளவையி னேத்தி யானாது
நின்னளந் தறிதன் மன்னுயிர்க் கருமையி
னின்னடி யுள்ளி வந்தன னின்னொடு
புரையுந ரில்லாப் புலமை யோயெனக்
குறித்தது மொழியா வளவையிற் குறித்துடன்
வேறுபல் லுருவிற் குறும்பல் கூளியர்
சாறயர் களத்து வீறுபெறத் தோன்றி

முருகனைப் போற்றும் முறை

(250-281) — (இதுகாறும் கூறிய) அவ்வவ் விடங்களிலே யாயினும் பிற இடங்களிலே யாயினும் முருகன் அமர்ந்திருக்க, அவன் உன்னைக் காணும்படி நீ முற்பட்டு அவனைக் கண்டக்கால், முகம் விரும்பிப் போற்றுதல் செய்து கையால் தொழுது கும்பிட்டுக் காலிலே பொருந்த விழுந்து வணங்கி (பின் வருமாறு முருகனை விளித்து, அஃதாவது:-)“நீண்டபெரிய இமயமலையின் உச்சியிலே நீலப்புல் (தருப்பை) வளர்ந்த பசுமையான சுனையிலே, விண், காற்று நெருப்பு, நீர், மண் என்னும் ஐந்தின் தெய்வங்களுள் ஒருவனான நெருப்புத் தேவன் (அக்கினி பகவான்) தன்

அழகிய கையிலே ஏற்றுவரக் கார்த்திகைப் பெண்டிர் அறுவர் பெற்றெடுத்த ஆறு கூறாய் அமர்ந்துள்ள செல்வனே! கல்லால மரத்தின் கீழமர்ந்த கடவுளின் (சிவனின்) மகனே! பெரிய மலையாகிய இமயமலையரசன் மகளாகிய உமையின் மகனே! பகைவர்க்கு எமனே! வெற்றிவேல் ஏந்திய போர்த்தெய்வமாகிய கொற்றவையின் குமரனே! அணிகலன் பூண்ட சிறப்புடைய பழம்பெருந் தெய்வமாகிய காடுகிழாளின் குழந்தையே! தேவர்கள் வணங்கும்-வில்லேந்திய படைகளின் தலைவனே! மாலையணிந்த மார்பனே! நூல்களைத் தெளிந்த புலவனே! போர்த் தொழிலில் ஒப்பற்றவனே! பொருகின்ற வெற்றி வீரனே! அந்தணர் செல்வமே! அறிஞர்களின் புகழ்ச்சொல் மலையே! தெய்வ யானே, வள்ளி ஆகிய மங்கையர்களின் கணவனே! மறமைந்தர் களின் அரியேறே (சிங்கமே)! வேலேந்திய கையையுடைய பெருமை சான்ற செல்வனே! குருகுமலையைப் (கிரவுஞ்ச கிரியைப்) பிளந்த-குறையாத வெற்றியினையுடைய - விண்ணோடு மோதும் நீண்ட மலைகள் நிறைந்த குறிஞ்சி நிலத்திற்கு உரிமை பூண்ட தலைவனே! பலரும் புகழும் நன்மொழி வழங்கும் புலவர்களின் தலைமை ஏறே! பெறுதற்கு அரிய நன்மரபினையுடைய — பெரிய பெயர் பெற்ற முருகனே! ஒன்றை விரும்பி வந்தோர்க்கு அதனே நிறைவிக்கும் பெரும் புகழாளனே! துன்புற்றோர்க்கு அருள் செய்கிற — பொன்னணி பூண்ட சேயோனே! வந்து மண்டி மோதும் போர்களைக் கடந்த—வெற்றி பாடலுக்கு உரிய மார்பிலே, பரிசில் வேண்டிவரும் அன்பர்களைத் தழுவித் தாங்கிக் காக்கின்ற — அன்பு அச்சத்திற்கு (பய பக்திக்கு) உரிய நெடிய செவ்வேளே! பெரியோர்கள் போற்றும்-பெறலரும் பெயர் பெற்ற கடவுள் தலைவனே! சூரபன்மனின் குலத்தை வேரோடு அறுத்த ஆற்றலையும் மத வலிமையையும் உடையவனே! போர்வல்ல மறவனே! மேலான கொடைத் தலைவனே! என்றெல்லாம் பலவாறாக யான் அறிந்த அளவு நின்னைப் போற்றியும் மனநிறைவு பெறாதேனாய், நின் பெருமை முழுதும் அளவிட்டு அறிந்து போற்றுதல் உலகில் உள்ள

உயிர்கட்கு அரிதாதலின் இயன்ற அளவு போற்றி, நின் திருவடியைப் பெறக் கருதி வந்துள்ளேன் ; நின்னோடு ஒப்பார் இல்லாத புலமையுடையவனே! அடியேற்கு அருள் செய்க!'' என்று நீ உள்ளத்தில் குறித்த எண்ணத்தைச் சொல்லாத அளவிலேயே (சொல்வதற்குள்ளேயே),

அளியன் றானே முதுவா யிரவலன்
வந்தோன் பெருமநின் வண்புகழ் நயந்தென
இனியவு நல்லவு நனிபல வேத்தித்

கூளியர் அறிமுகம்

(281-286) உடனே உன்னைக் குறிக்கொண்டு, பல்வேறு வடிவினையுடைய குறுகிய பல கூளியர் என்னும் தெய்வப் பணியாளர் (பின் வருமாறு உன்னை முருகனுக்கு அறிமுகப்படுத்துவர்; அஃதாவது:—), விழா நடைபெறும் களத்திலே வீறுடன் (பொலிவுடன்) தோன்றி, 'இந்த முதிய பண்பட்ட இரவலன் இரங்கத்தக்கவன் தான்; பெருமானே, நினது வளவிய புகழுக்குரிய அருளை விரும்பி நின்பால் வந்துள்ளான்' என்று அறிமுகம் செய்து, இனியவையும் நல்லவையுமாக மிகப் பல கூறி ஏத்தி நிற்க,

தெய்வஞ் சான்ற திறல்விளங் குருவின்
வான்றோய் நிவப்பிற் றுன்வந் தெய்தி
அணங்குசா லுயர்நிலை தழீஇப் பண்டைத்தன்
மணங்கமழ் தெய்வத் திளநலங் காட்டி
அஞ்ச லோம்புமதி யறிவனின் வரவென
அன்புடை நன்மொழி யளைஇ விளிவின்
றிருணிற முந்நீர் வளைஇய வுலகத்
தொருநீ யாகித் தோன்ற விழுமிய

முருகன் பரிசளிக்கும் முறை

(287-295) தெய்வத் தன்மை நிறைந்த ஆற்றல் மிக்க உருவத்துடனும் வானம் தோய்ந்த வளவிய தோற்றத்துடனும் தான் (முருகன்) உன் முன்னர்த் தோன்றி, அஞ்சுதற்கு (பயபக்திக்கு) உரிய தனது உயர்ந்த நிலையைத் தன்னுள் மேற்கொண்டு, தனது தொன்மையான மணம் கமழும் தெய்வத் தன்மையோடு கூடிய இளைய வடிவழகைக் காணச் செய்து, 'அன்பனே அஞ்சாதே, நம்பி நில், நினது வருகையை யான் அறிவேன்' என்று அன்பு கனிந்த நல்லுரை நல்கி, அழிவு இல்லாதபடி, இருள் நிறமான கருங்கடல் சூழ்ந்த இவ்வுலகிலே, (முருகன் அருள் பெற்றவர்களுள்) நீயே ஒப்பற்ற ஒருவன் என்னும் பேறுடன் திகழும்படி, சிறந்த பெறுதற்கரிய (திருவடிப்பேறு ஆகிய) பரிசிலை வழங்கியருள்வான்.

பெறலரும் பரிசி னல்குமதி பலவுடன்
வேறுபஃ றுகிலி னுடங்கி யகில்சுமந்
தார முழுமுத லுருட்டி வேரற்
பூவுடை யலங்குசினை புலம்பவேர் கீண்டு
விண்பொரு நெடுவரைப் பரிதியிற் றொடுத்த
தண்கம ழலரிறால் சிதைய நன்பல

ஆசினி முதுசுளை கலாவ மீமிசை
நாக நறுமல ருதிர யூகமொடு
மாமுக முசுக்கலை பனிப்பப் பூநுத
லிரும்பிடி குளிர்ப்ப வீசிப் பெருங்களிற்று
முத்துடை வான்கோடு தழீஇத் தத்துற்று
நன்பொன் மணிநிறங் கிளரப் பொன்கொழியா

பழமுதிர் சோலை மலையான்

[மலையருவியின் செயல்]

(295-306)—(இத்தகைய முருகப் பெருமான் இன்னும் எழுந்தருளியிருக்கும் இடம் ஒன்று வருமாது:-)

பல விதமாக வேறுபட்ட பல துணிக்கொடிகளைப் போல அசைந்து அசைந்து (அருவிகள்) ஓடிவந்து, அகில் மரத்தைப் பெயர்த்துச் சுமந்து கொண்டு, சந்தன மரத்தை முழு அடி மரத்தோடு உருட்டித் தள்ளி, மூங்கிலின் பூவோடு கூடிய அசையும் கிளைகள் தனித்துப் போக வேரைப் பிளந்து, வானத்தை மோதும் நீண்ட மலைப்பகுதியிலே ஞாயிற்றின் வட்டம்போல் தேனீக்கள் தொடுத்துக் கட்டிய—குளிர்ந்த— மணம் கமழ்கிற-விரிந்த தேன்கூடு சிதைந்து அழியவும், நல்ல பல ஆசினிப் பலாவின் முதிர்ந்த சுளைகள் நீரோடு கலக்கவும், மிகுந்த மலை உச்சியிலுள்ள சுரபுன்னையின் நறிய மலர்கள் உதிர்ந்து கொட்டவும், யூகம் என்னும் கருங்குரங்குடன் கரிய முகமுடைய முசுக்கலை என்னும் குரங்கும் நடுங்கவும், புள்ளி பொருந்திய மத்தகம் உடைய பெரிய பெண்யானை குளிரால் உதறவும் நீரை வீசியெறிந்து, பெரிய ஆண் யானையின் முத்துக்களை உடைய நீண்ட கொம்புகளை இழுத்துக் கொண்டு வந்து , நல்ல பொன்னும் மணியும் தம் ஒளிநிறம் விளங்கச் செய்து, பொன் துகளைக் கொழித்துக் கொண்டு,

வாழை முழுமுத றுமியத் தாழை
இளநீர் விழுக்குலை யுதிரத் தாக்கிக்
கறிக்கொடிக் கருந்துணர் சாயப் பொறிப்புற
மடநடை மஞ்ஞை பலவுடன் வெரீஇக்
கோழி வயப்பெடை யிரியக் கேழலோ

டிரும்பனை வெளிற்றின் புன்சா யன்ன
குரூஉமயி ரியாக்கைக் குடாவடி யுளியம்
பெருங்கல் விடரளைச் செறியக் கருங்கோட்
டாமா நல்லேறு சிலைப்பச் சேணின்
றிழுமென விழிதரு மருவிப்
பழமுதிர்சோலை மலைகிழ வோனே.

(அருவியின் செயல்—தொடர்ச்சி)

(307-317) வாழையின் முழு மரமும் ஒடிந்து சாயவும் தென்னையின் பெரிய இளநீர்க் குலை உதிரவும் நீரை வீசியெறிந்து தாக்கி, மிளகுக் கொடியின் கரிய கொத்துக்கள் சாயவும், பின்புறத்தே பீலி பொருந்திய இளநடையுடைய மயில்கள் பல சேர்ந்து அஞ்சவும், வலிய பெட்டைக் கோழிகள் இரிந்தோடவும். ஆண் பன்றியுடன், உள்ளே வெளிறு உடைய (வயிரம் இல்லாத) கரிய பனை மரத்தின் புல்லிய செறும்பு போன்ற கருமயிரோடு கூடிய உடம்பினையும் வளைந்த காலடியினையும் உடைய கரடி பெரிய கல் பிளப்புக் குகையிலே சென்று அடைந்து கிடக்கவும், கரிய கொம்புகளையுடைய ஆமா இனத்தின் நல்ல காளைகள் கதறிக் கத்தவும் பல்வேறு செயல்கள் புரிந்து உயர்ந்த மலையுச்சியிலிருந்து ‘இழும்’—‘இழும்’ என்னும் ஒலியுடன் கீழ்நோக்கி இறங்கி ஓடிவரும் அருவியினை உடைய—பழம் முதிர்ந்து கனிந்த சோலை சூழ்ந்த — ‘பழமுதிர் சோலைமலை’ என்னும் மலைக்கும் உரிமை உடையவனாவான் அம்முருகன் — அவனது அருள் பெறுக!

திருமுருகாற்றுப் படை முற்றிற்று.

முற்றும்.

★ ★ ★

9 788199 853614

Printed at Repro India Ltd.